Impressum
Verlag: BABADADA GmbH, Nedderfeld 112 , 22529 Hamburg
Geschäftsführer / Verlagsleitung: Harald Hof
Druck: Books on Demand GmbH, In de Tarpen 42, 22848 Norderstedt

Imprint
Publisher: BABADADA GmbH, Nedderfeld 112 , 22529 Hamburg, Germany
Managing Director / Publishing direction: Harald Hof
Print: Books on Demand GmbH, In de Tarpen 42, 22848 Norderstedt, Germany

trường học
škola

chia
dijeliti

186/2

bảng viết
tabla

phòng học
učionica

sân trường
školsko dvorište

giáo viên
učitelj, nastavnik

giấy
papir

viết
pisati

cây bút
olovka

bàn làm việc
pisaći sto

cây thước
lenjir

sách
knjiga

học sinh
učenik

cặp đeo vai học sinh

torba

hộp đựng bút

pernica

bút chì

drvena olovka

cái gọt bút chì

šiljalo za olovke

cục tẩy

gumica

tập giấy vẽ

blok za crtanje

bản vẽ

crtež

cọ vẽ

kist

hộp mực vẽ

kutija s bojama

cây kéo

makaze

keo dán

ljepilo

sách bài tập

vježbanka

bài tập ở nhà

domaća zadaća

số

broj

cộng

sabirati

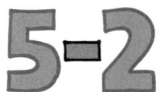

trừ

oduzimati

nhân

množiti

tính toán

računati

chữ cái

slovo

bảng chữ cái

abeceda

từ

riječ

văn bản

tekst

đọc

čitati

phấn viết

kreda

bài học

sat

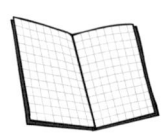

sổ lớp

školski dnevnik

thi kiểm tra

ispit

chứng chỉ

svjedočanstvo

đồng phục học sinh

školska uniforma

giáo dục

izobrazba

từ điển bách khoa

leksikon

đại học

univerzitet

kính hiển vi

mikroskop

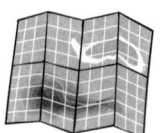

bản đồ

karta

thùng rác giấy

korpa za papir

du lịch
putovanje

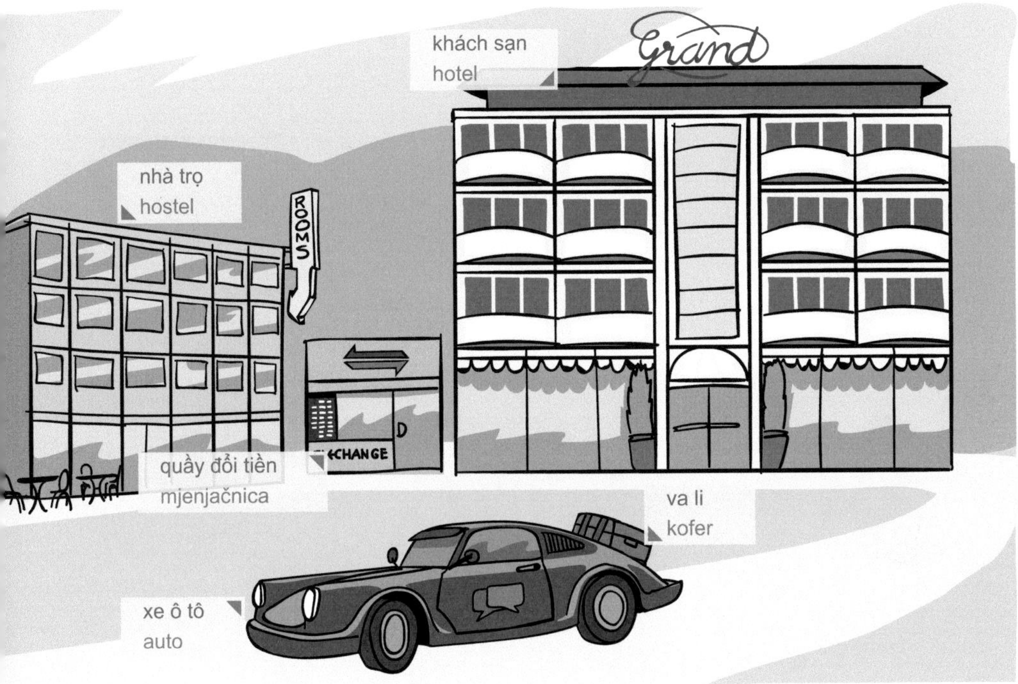
Grand
khách sạn
hotel
nhà trọ
hostel
ROOMS
quầy đổi tiền
mjenjačnica
va li
kofer
xe ô tô
auto

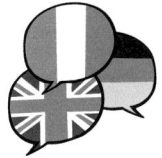

ngôn ngữ

jezik

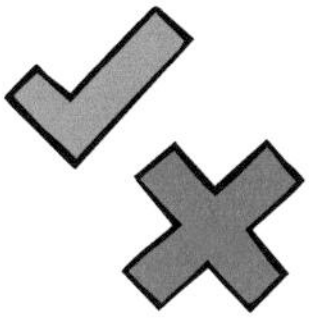

có / không

da / ne

ô kê

okej

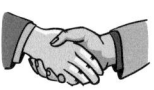

Xin chào

zdravo

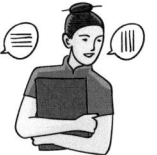

thông dịch viên

tumač

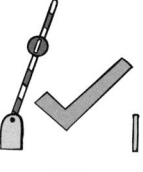

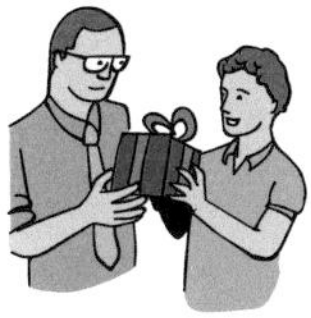

cám ơn

hvala

… bao nhiêu tiều?

Koliko košta...?

tôi không hiểu

Ne razumijem

vấn đề

problem

Xin chào! (buổi tối)

dobro veče!

xin chào! (buổi sáng)

Dobro jutro!

chúc ngủ ngon!

Laku noć!

tạm biệt

doviđenja

hướng đi

smjer

hành lý

prtljag

túi xách

torba

túi ba lô

ruksak

khách

gost

phòng

soba

túi ngủ

vreća za spavanje

lều

šator

thông tin du lịch

turističke informacije

bãi biển

plaža

thẻ tín dụng

kreditna kartica

ăn sáng

doručak

ăn trưa

ručak

ăn tối

večera

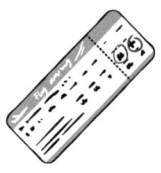

vé xe

putna karta

thang máy

lift

tem bưu điện

poštanska markica

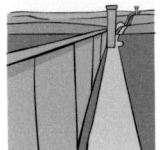

biên giới

granica

hải quan

carina

đại sứ quán

ambasada

thị thực

viza

hộ chiếu

pasoš

vận chuyển
transport

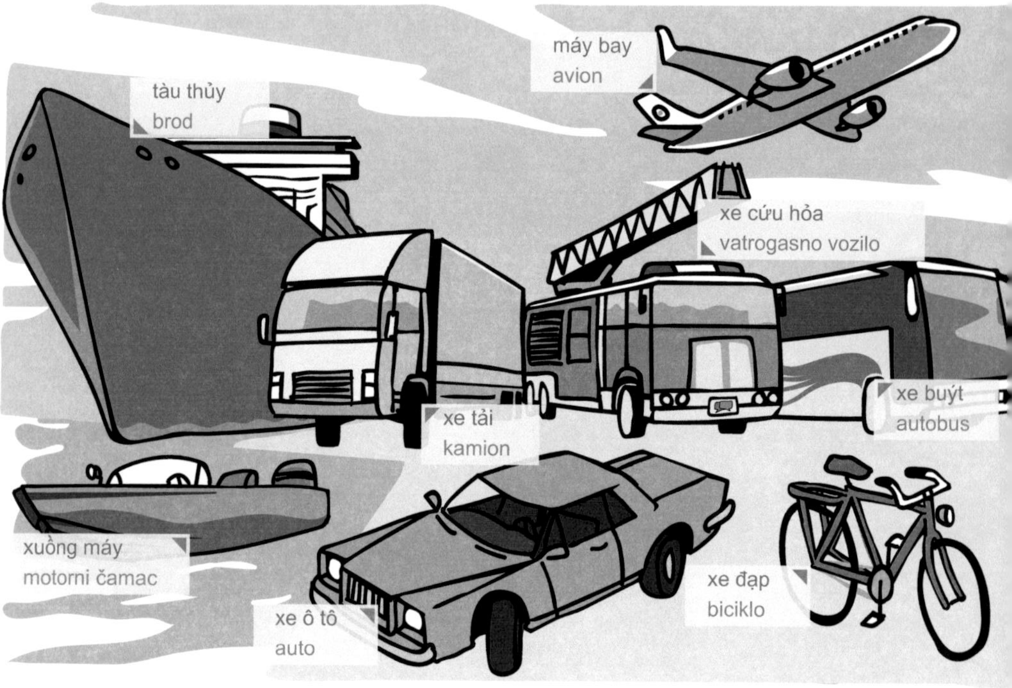

máy bay
avion
tàu thủy
brod
xe cứu hỏa
vatrogasno vozilo
xe tải
kamion
xe buýt
autobus
xuồng máy
motorni čamac
xe đạp
biciklo
xe ô tô
auto

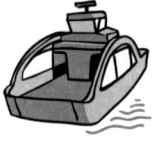

phà

trajekt

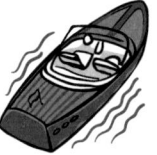

xuồng

brod

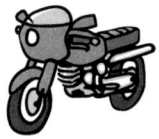

xe máy

motocikl

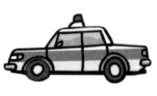

xe cảnh sát

policijski automobil

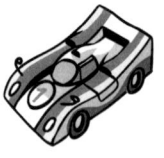

xe đua

trkaći automobil

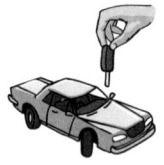

xe cho thuê

unajmljeni automobil

dịch vụ thuê xe tự lái

kar-šering

xe kéo cứu hộ

pauk

xe rác

smećarsko vozilo

động cơ

motor

xăng

gorivo

trạm xăng

benzinska pumpa

biển báo giao thông

saobraćajni znak

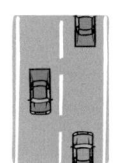

giao thông

saobraćaj

ách tắc giao thông

zastoj

bãi đậu xe

parking

nhà ga

željeznička stanica

đường ray

šine

xe lửa

voz

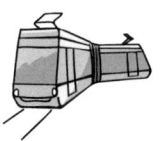

tàu điện

tramvaj

toa xe

vagon

máy bay trực thăng

helikopter

sân bay

aerodrom

tháp

toranj

hành khách

putnik

côngtenơ

kontejner

thùng các-tông

karton

xe đẩy

tačke

cái giỏ

korpa

cất cánh / hạ cánh

poletjeti / sletjeti

thành phố

grad

làng

selo

trung tâm thành phố

centar grada

nhà

kuća

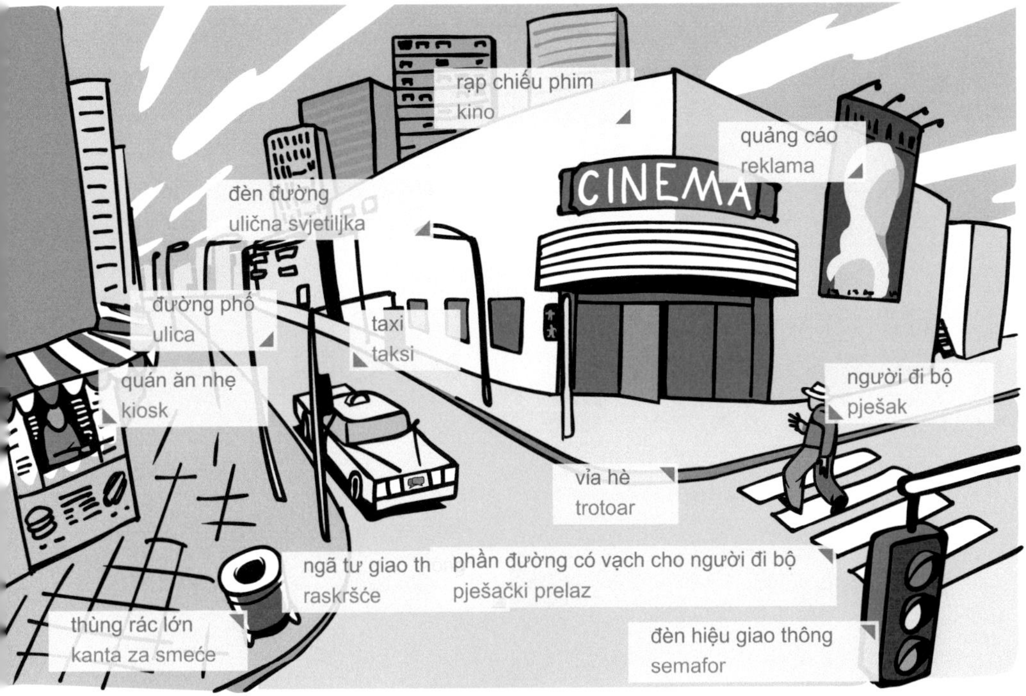

rạp chiếu phim
kino
quảng cáo
reklama
CINEMA
đèn đường
ulična svjetiljka
đường phố
ulica
taxi
taksi
quán ăn nhẹ
kiosk
người đi bộ
pješak
vỉa hè
trotoar
ngã tư giao th
raskršće
phần đường có vạch cho người đi bộ
pješački prelaz
thùng rác lớn
kanta za smeće
đèn hiệu giao thông
semafor

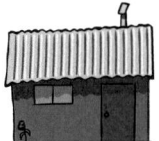

nhà chòi

koliba

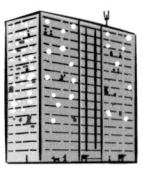

căn hộ

stan

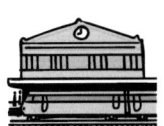

nhà ga

željeznička stanica

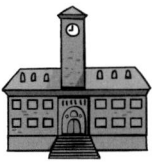

tòa thị chính

vjećnica

MUSEUM

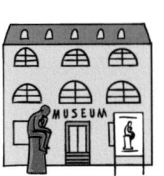

viện bảo tàng

muzej

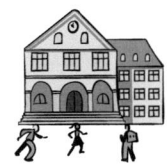

trường học

škola

đại học

univerzitet

ngân hàng

banka

bệnh viện

bolnica

khách sạn

hotel

hiệu thuốc

apoteka

văn phòng

ured

hiệu sách

knjižara

cửa hiệu

radnja

cửa hiệu bán hoa

cvjećara

siêu thị

supermarket

chợ

pijaca

cửa hàng bách hóa

robna kuća

người bán cá

prodavač ribe

trung tâm mua bán

trgovački centar

bến cảng

luka

công viên

park

ghế băng

klupa

cầu

most

cầu thang

stepenice

tàu điện ngầm

podzemna željeznica

đường hầm

tunel

trạm xe buýt

autobuska stanica

quán bar

bar

khách sạn

restoran

hòm thư công cộng

poštanski sandučić

bảng hiệu đường

saobraćajni znak

đồng hồ đậu xe

sat za naplatu parkinga

vườn bách thú

zološki vrt

bể bơi

bazen

nhà thờ Hồi giáo

džamija

nông trại

seosko imanje

ô nhiễm môi trường

zagađenje okoline

nghĩa trang

groblje

nhà thờ

crkva

sân chơi

igralište

ngôi đền

hram

phong cảnh
krajolik

lá cây
list

bảng chỉ đường
putokaz

lối đi
putokaz

bãi cỏ
livada

hòn đá
kamen

cây
drvo

người đi bộ đường dài
putnik

sông
rijeka

cỏ
trava

bông hoa
cvijet

thung lũng

dolina

đồi

brdo

hồ nước

jezero

rừng

šuma

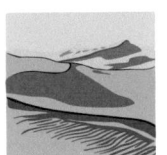

sa mạc

pustinja

núi lửa

vulkan

lâu đài

dvorac

cầu vồng

duga

nấm

gljiva

cây cọ

palma

con muỗi

komarac

con ruồi

muha

con kiến

mrav

con ong

pčela

con nhện

pauk

bọ cánh cứng

buba

con ếch

žaba

con sóc

vjeverica

con nhím

jež

con thỏ

zec

con cú

sova

con chim

ptica

thiên nga

labud

heo rừng

divlja svinja

con hươu

jelen

nai sừng tấm

los

đê

brana

tuabin gió

vjetrenjača

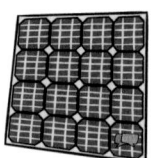

tấm năng lượng mặt trời

solarni modul

khí hậu

klima

khách sạn

restoran

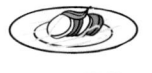

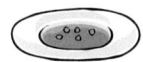

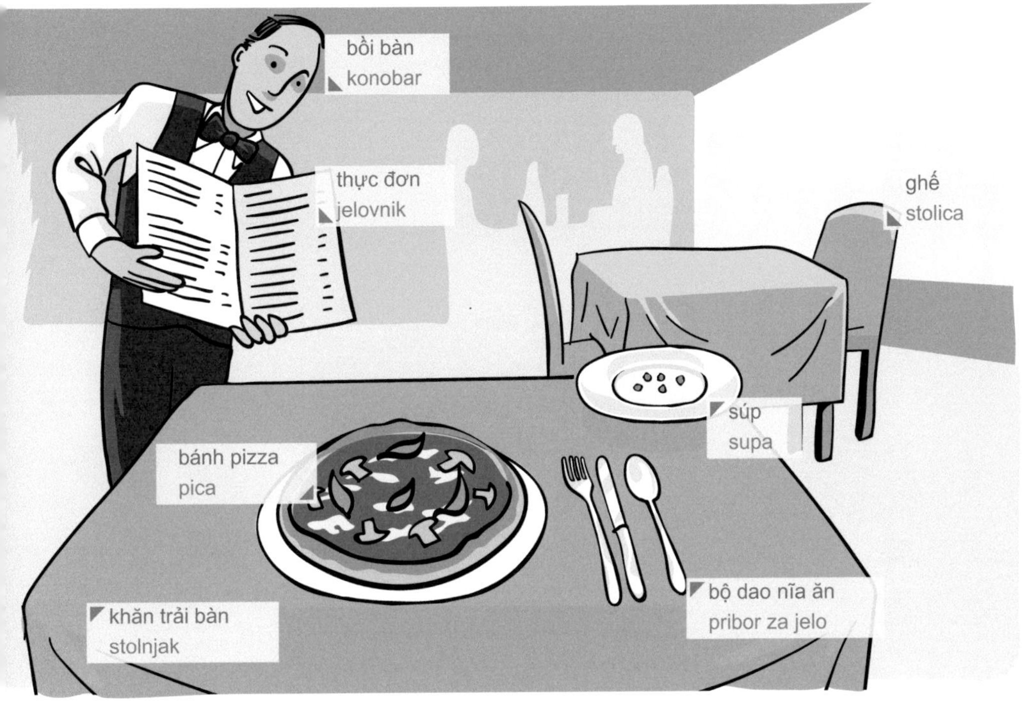
bồi bàn
konobar
thực đơn
jelovnik
ghế
stolica
súp
supa
bánh pizza
pica
bộ dao nĩa ăn
pribor za jelo
khăn trải bàn
stolnjak

món ăn khai vị

predjelo

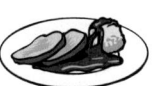

món ăn chính

glavno jelo

món tráng miệng

desert

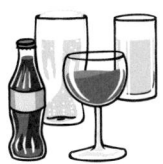

thức uống

piće

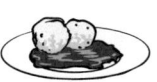

thức ăn

jelo

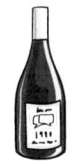

cái chai

flaša

thức ăn nhanh
brza hrana

thức ăn đường phố
jelo sa ulice

ấm trà
čajnik

hộp đường
šećernica

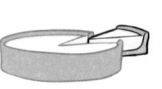

khẩu phần
porcija

máy pha espresso
mašina za espreso

ghế cao
barska stolica

hóa đơn
račun

khay
tacna

dao
nož

nĩa
viljuška

thìa
kašika

thìa uống trà
kašičica

khăn ăn
salveta

cốc thủy tinh
čaša

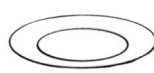

đĩa
tanjir

đĩa súp
tanjir za supu

đĩa lót cốc
tanjurić

nước sốt
sos

lọ muối
solanik

cái xay tiêu
mlin za biber

giấm
sirće

dầu
ulje

gia vị
začini

nước xốt cà chua
kečap

tương hạt cải
senf

nước sốt mayonnaise
majoneza

siêu thị

supermarket

chào giá đặc biệt
ponuda
FOR
khách hàng
klijent
sản phẩm từ sữa
mliječni proizvodi
trái cây
voće
xe đẩy mua sắm
kolica za kupovinu

BUTCHERS

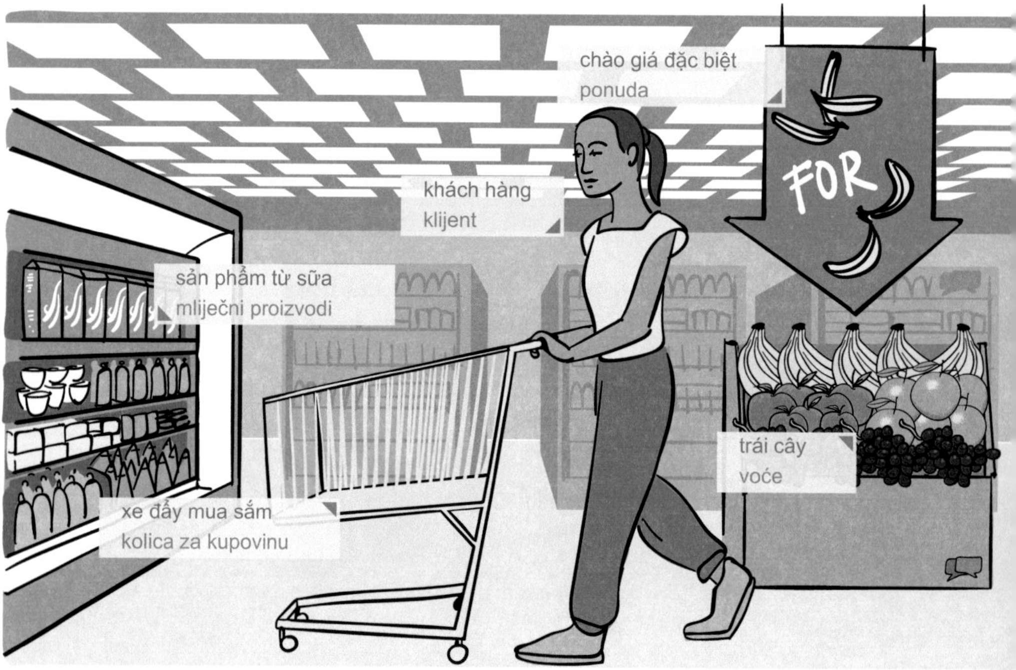

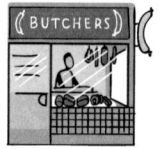

lò mổ

mesnica- klaonica

BAKERY

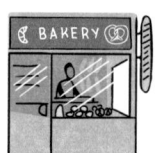

cửa hiệu bán bánh mì

pekara

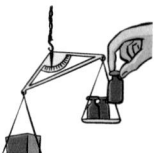

cân nặng

vagati

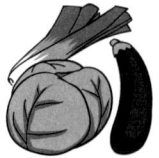

rau quả

povrće

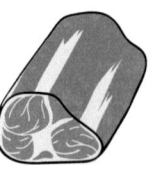

thịt

meso

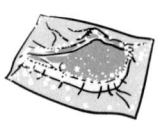

thức ăn đông lạnh

zaleđena hrana

lát thịt nguội

narezak

đồ hộp

konzerve

bột giặt

prašak za veš

đồ ngọt

slatkiši

sản phẩm dùng trong gia đình

kućanski proizvodi

chất tẩy rửa

sredstvo za čišćenje

người bán hàng

prodavačica

quầy trả tiền

kasa

nhân viên thu ngân

blagajnik

danh sách mua sắm

lista za kupovinu

giờ mở cửa

radno vrijeme

ví tiền

novčanik

thẻ tín dụng

kreditna kartica

túi đeo

torba

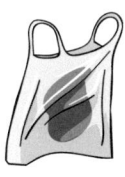

túi ny lông

najlonska vrećica

nước
voda

nước quả ép
sok

sữa
mlijeko

coca-cola
kola

rượu vang
vino

bia
pivo

cồn
alkohol

cacao
kakao

trà
čaj

cà phê
kafa

espresso
espreso

cappuccino
kapućino

chuối

banana

quả táo

jabuka

quả cam

narandža

dưa hấu

lubenica

chanh

limun

cà rốt

mrkva

tỏi

bijeli luk

tre

bambus

củ hành

crveni luk

nấm

gljiva

hạt dẻ

orašasti plodovi

mì

pasta

mì spaghetti

špagete

cơm

riža

xà lách

salata

khoai tây chiên

pomfrit

khoai tây chiên

pečeni krompir

bánh pizza

pica

bánh hamburger

hamburger

bánh mì sandwich

sendvič

thịt côtlet

šnicla

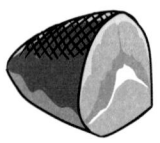

thịt giăm bông

šunka

xúc xích

kobasica

dồi

kobasica

gà

kokoš

rán

pečenje

cá

riba

cháo yến mạch

zobene pahuljice

cháo muesli

muzli

bánh bột ngô nướng

kornfleks

bột mì

brašno

bánh sừng bò

kroason

bánh mì

zemičke

bánh mì

kruh

bánh mì nướng

tost

bánh bích quy

keksi

bơ

maslac

sữa đông

svježi sir

bánh ngọt

kolač

trứng

jaje

trứng rán

jaje na oko

pho mát

sir

kem

sladoled

đường

šećer

mật ong

med

mứt

marmelada

kem nougat

nugat krema

cà ri

kuri

thức ăn - jelo

nông trại
seosko imanje

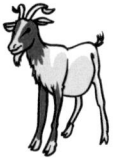

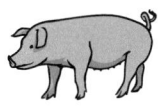

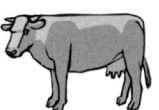

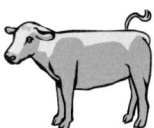

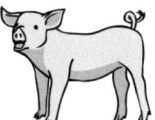

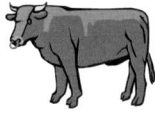

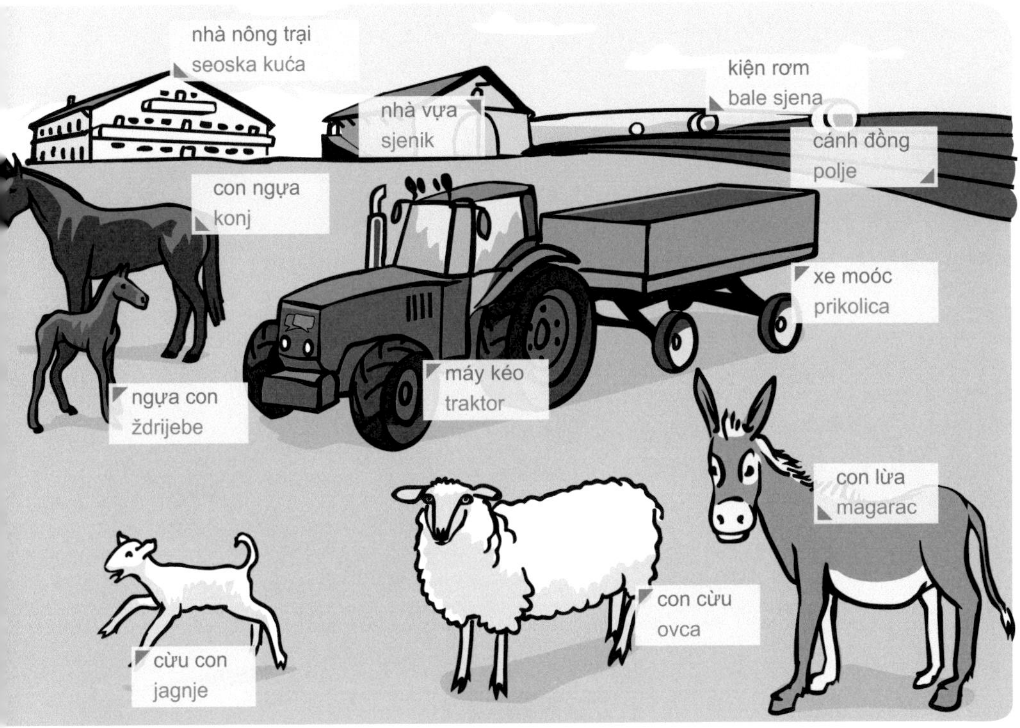
nhà nông trại
seoska kuća
nhà vựa
sjenik
kiện rơm
bale sjena
cánh đồng
polje
con ngựa
konj
xe moóc
prikolica
máy kéo
traktor
ngựa con
ždrijebe
con lừa
magarac
con cừu
ovca
cừu con
jagnje

con dê

koza

con bò

krava

con bê

tele

con lợn

svinja

lợn con

prase

bò đực

bik

con ngỗng

guska

con vịt

patka

gà con

pile

gà mái

kokoška

gà trống

pjetao

con chuột

pacov

mèo

mačka

chuột nhắt

miš

bò đực

vol

con chó

pas

nhà chuồng chó

pseća kućica

ống tưới vườn cây

crijevo za baštu

thùng tưới cây

kanta za zalijevanje

lưỡi hái

kosa

cái cày

plug

cái liềm

srp

cái cuốc

motika

cái chĩa

vile

cái rìu

sjekira

xe cút kít

tačke

máng ăn

korito

lọ sữa

bokal za mlijeko

bao tải

vreća

hàng rào

ograda

chuồng

štala

nhà kính trồng cây

staklenik

đất trồng

tlo

hạt giống

sjeme

phân bón

đubrivo

máy gặt đập liên hợp

kombajn

thu hoạch

kositi

mùa thu hoạch

žetva

khoai lang

jam korijen

lúa mì

pšenica

đậu nành

soja

khoai tây

krompir

ngô

kukuruz

hạt cải dầu

uljana repica

cây ăn trái

drvo voća

sắn

manioka

ngũ cốc

žito

nhà
kuća

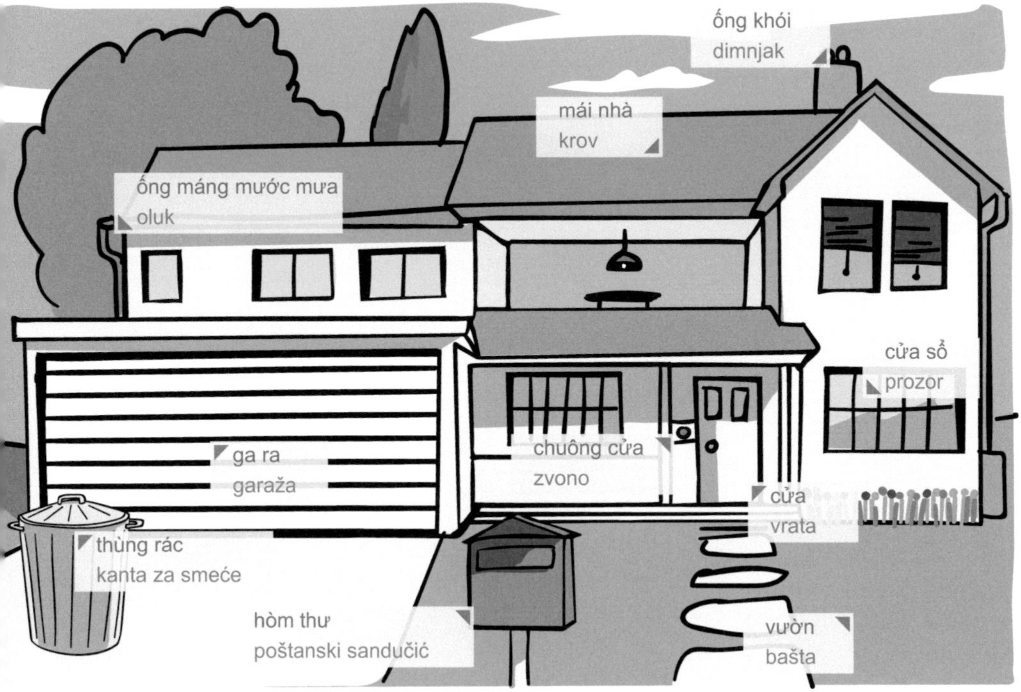
ống khói
dimnjak
mái nhà
krov
ống máng mước mưa
oluk
cửa sổ
prozor
ga ra
garaža
chuông cửa
zvono
cửa
vrata
thùng rác
kanta za smeće
hòm thư
poštanski sandučić
vườn
bašta

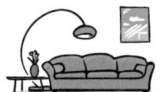

phòng khách

dnevni boravak

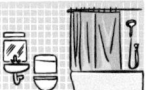

phòng tắm

kupatilo

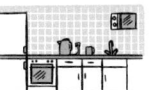

bếp

kuhinja

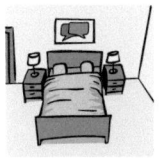

phòng ngủ

spavaća soba

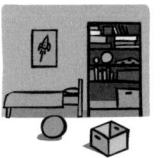

phòng trẻ em

dječija soba

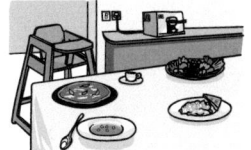

phòng ăn

trpezarija

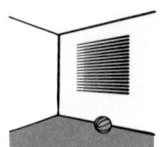

nền nhà
pod, tlo

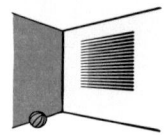

tường
zid

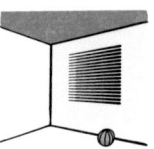

trần nhà
plafon

tầng hầm
podrum

tắm hơi
sauna

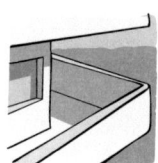

ban công
balkon

sân hiên
terasa

bể bơi
bazen

máy cắt cỏ
kosilica

khăn trải giường
posteljina

khăn trải giường
pokrivač

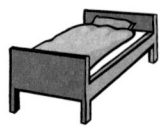

giường
krevet

chổi
metla

cái xô
kanta

công tắc điện
prekidač

phòng khách
dnevni boravak

giấy dán tường
tapeta
hình ảnh
fotografija
đèn
lampa
cái kệ
polica
tủ
ormar
ti vi
televizija
lò sưởi
dimnjak
bông hoa
cvijet
gối
jastuk
ghế sofa
kauč
bình hoa
vaza
điều khiển từ xa
daljinski upravljač

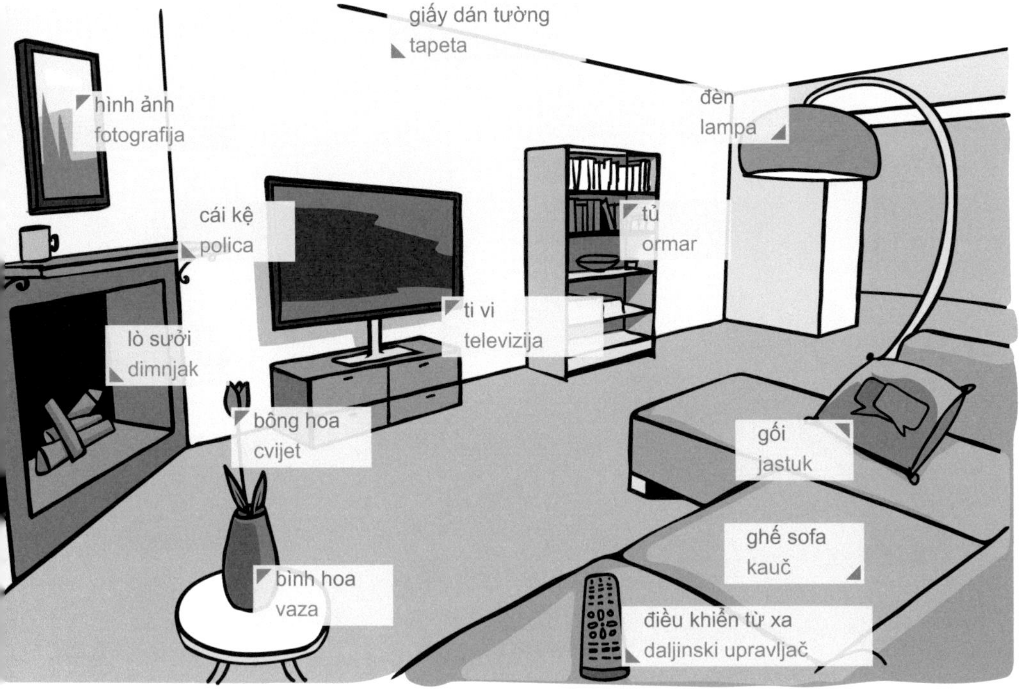

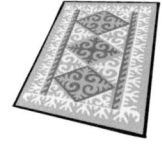

thảm

tepih

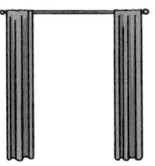

rèm

zavjesa

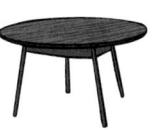

cái bàn

stol

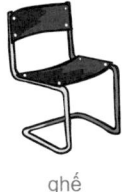

ghế

stolica

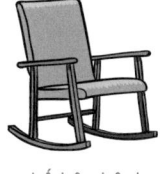

ghế bập bênh

stolica za ljuljanje

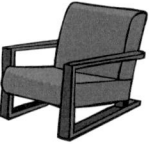

ghế bành

fotelja

sách

knjiga

cái chăn

deka

đồ trang trí

dekoracija

củi

ložno drvo

phim

film

máy hi-fi

stereo uređaj

chìa khóa

ključ

báo

novine

bức tranh

umjetnička slika

áp phích

poster

radio

radio

sổ ghi chép

blok za bilješke

máy hút bụi

usisavač

cây xương rồng

kaktus

cây nến

svijeća

bếp
kuhinja

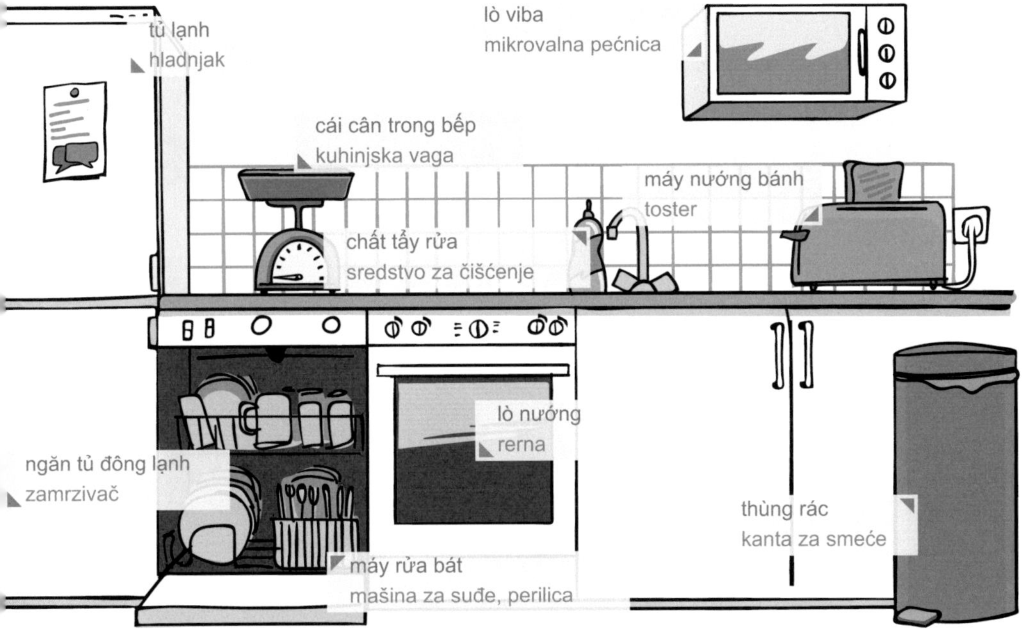

tủ lạnh
hladnjak
lò viba
mikrovalna pećnica
cái cân trong bếp
kuhinjska vaga
máy nướng bánh
toster
chất tẩy rửa
sredstvo za čišćenje
lò nướng
rerna
ngăn tủ đông lạnh
zamrzivač
thùng rác
kanta za smeće
máy rửa bát
mašina za suđe, perilica

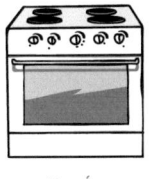

lò nấu

peć

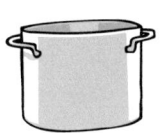

nồi

lonac

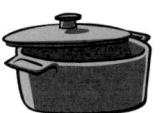

nồi sắt

metalni lonac

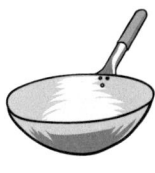

chảo

vok / kadai

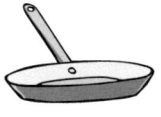

chảo

tava, tiganj

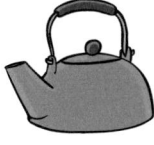

ấm đun nước

kuhalo

nồi đun hơi

aparat za kuhanje na pari

khay lò nướng

lim za pečenje

bát đĩa

posuđe

cốc

šalica

cái bát

činija

đũa

kineski štapići

cái vá

kutlača

bàn xèng

lopatica

que đánh kem

metlica za snijeg bjelanjca

rây dùng trong bếp

sito za kuhanje

cái rây lọc

sito

cái nạo

ribež

vữa

avan s tučkom

vỉ nướng

roštilj

ngọn lửa trần

ložište

cái thớt

daska

trục cán bột

oklagija

cái mở nút chai

vadičep

vỏ đồ hộp

konzerva

cái mở vỏ đồ hộp

otvarač za konzerve

miếng nhấc nồi

krpe za lonac

bồn rửa bát

sudoper

bàn chải

četka

miếng xốp

spužva

máy xay

mikser

tủ đông lạnh

zamrzivač

bình sữa cho trẻ sơ sinh

flašica za bebu

vòi nước

slavina

bếp - kuhinja

phòng tắm
kupatilo

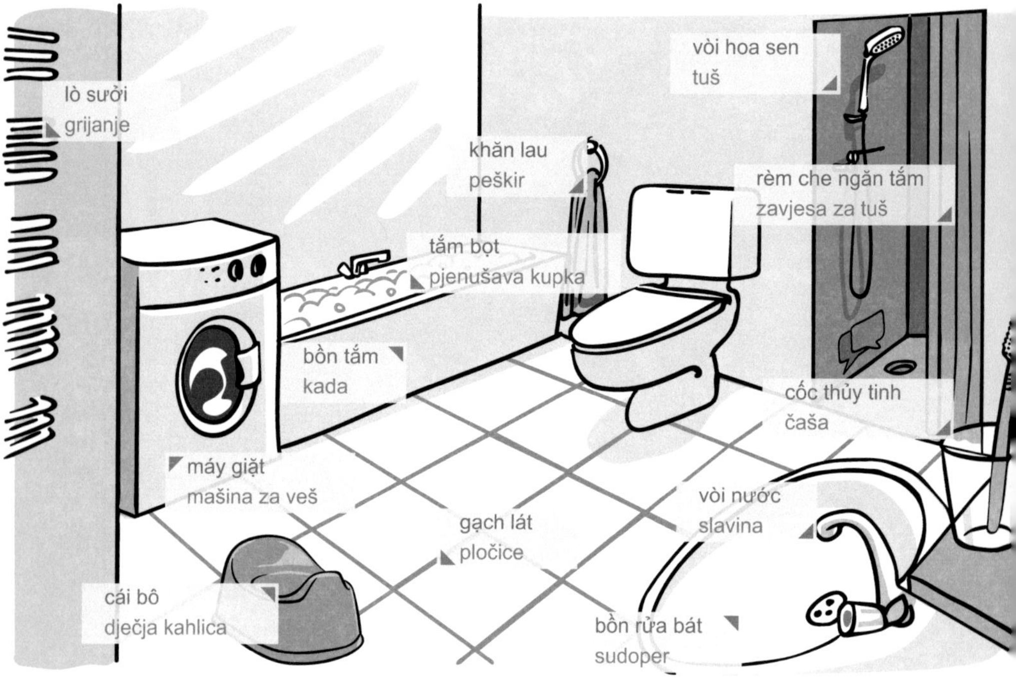

lò sưởi
grijanje
vòi hoa sen
tuš
khăn lau
peškir
rèm che ngăn tắm
zavjesa za tuš
tắm bọt
pjenušava kupka
bồn tắm
kada
cốc thủy tinh
čaša
máy giặt
mašina za veš
vòi nước
slavina
gạch lát
pločice
cái bô
dječja kahlica
bồn rửa bát
sudoper

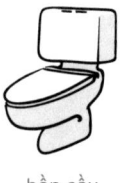

bồn cầu

toalet

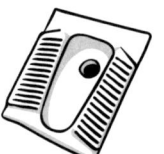

bồn cầu ngồi xổm

čučavac

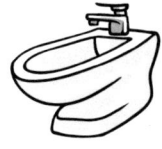

bồn rửa hậu môn

bide

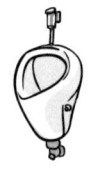

bồn tiểu tiện

pisoar

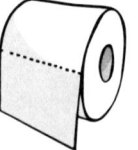

giấy vệ sinh

toalet papir

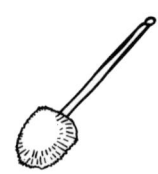

bàn chải cọ bồn cầu

četka za wc

bàn chải đánh răng

četkica za zube

kem đánh răng

pasta za zube

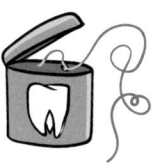

chỉ nha khoa

zubni konac

rửa

prati

vòi sen cầm tay

tuš

vòi rửa hậu môn

intimni tuš

bồn rửa

lavor

bàn chải cọ lưng

četka za leđa

xà phòng

sapun

sữa tắm

gel za tuširanje

dầu gội

šampon

khăn cọ để tắm

krpe za pranje

lỗ thoát nước

odvod

kem

krema

chất khử mùi

dezodorans

gương

ogledalo

gương tay

ogledalo za šminkanje

dao cạo râu

brijač

kem cạo râu

pjena za brijanje

nước thơm dùng sau khi
cạo râu

vodica poslije brijanja

cái lược

češalj

bàn chải

četka

máy xấy tóc

fen

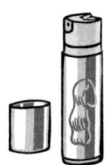

keo xịt tóc

sprej za kosu

đồ trang điểm

puder

thỏi son môi

karmin

sơn bôi móng

lak za nokte

bông

vata

kéo cắt móng

makazice za nokte

nước hoa

parfem

túi đựng đồ tắm

kozmetička torbica

ghế đẩu

hoklica

cái cân

vaga

áo choàng tắm

kupaći ogrtač

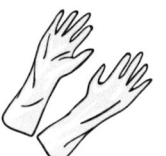

găng tay làm vệ sinh

rukavice za čišćenje

nút gạc

tampon

băng vệ sinh

uložak za dame

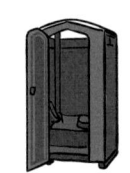

nhà vệ sinh hóa chất

hemijski toalet

phòng trẻ em
dječija soba

đồng hồ báo thức
budilnik
thú bông
plišana igračka
xe đồ chơi
auto za igru
cái lúc lắc
zvečka
nhà búp bê
kućica za lutke
món quà
poklon

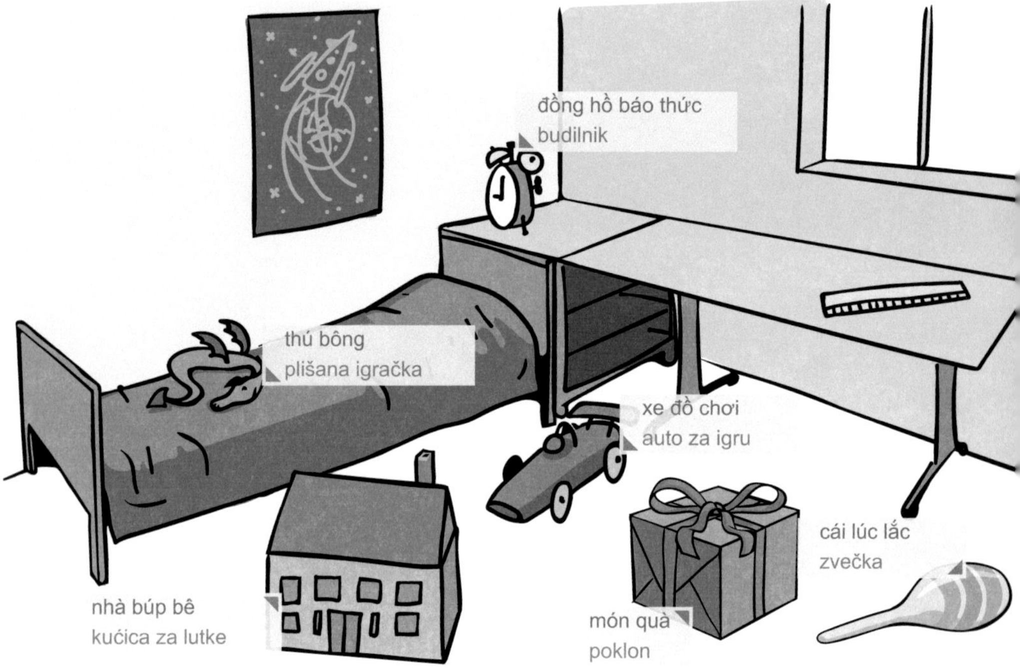

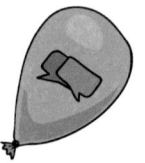

bong bóng

balon

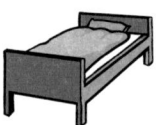

giường

krevet

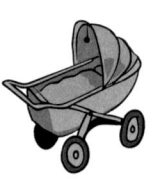

xe nôi

kolica za djecu

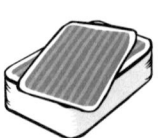

trò chơi bài

karte za igranje

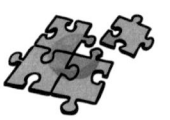

trò chơi ghép hình

puzle

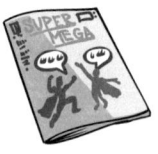

truyện tranh

strip

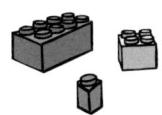

gạch Lego

lego kockice

khối xếp hình

kockice za gradnju

nhân vật hành động

akcione figure

ɔ liền quần cho trẻ sơ sinh

benkica

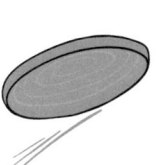

đĩa nhựa để ném

frizbi

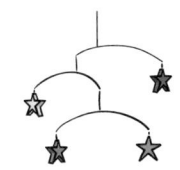

đồ chơi treo trên giường

mobile

trò chơi cờ bàn

igra na ploči

xúc xắc

kocka

đồ chơi xe lửa mô hình

miniatura željeznice

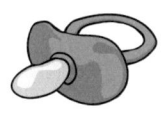

ti giả

cucla

buổi tiệc

zabava

sách tranh

slikovnica

quả bóng

lopta

búp bê

lutka

chơi

igrati

hố cát

pješćanik

cái đu

ljuljačka

đồ chơi

igračke

máy chơi game cầm tay

konzola za igru

xe ba bánh

triciklo

gấu bông

medvjedić

tủ quần áo

ormar

y phục
odjeća

bít tất

kratke čarape

bít tất dài

čarape

quần tất

hulahopke

khăn choàng cổ
šal

dây thắt lưng
kaiš

ô che mưa
kišobran

áp phông
majica kratkih rukava

ủng
čizme

dép đi trong nhà
papuče

giày sneaker
patike

dép xăng đan
sandale

giày
cipele

ủng cao su
gumene čizme

quần lót
gaće

áo ngực
grudnjak

áo vest
potkošulja

áo ôm sát cơ thể

bodi

quần dài

hlače

quần bò

farmerke

váy

suknja

áo cánh

bluza

áo sơ mi

košulja

áo len chui đầu

džemper

áo len

majica

áo blazer

sako

áo jacket

jakna

áo khoác

mantil

áo mưa

kišni mantil

trang phục

kostim

áo váy

haljina

áo cưới

vjenčanica

bộ com lê

odijelo

áo ngủ

spavaćica

pijama

pidžama

trang phục sari

sari

khăn trùm đầu

marama

khăn đội đầu

turban

áo burka

burka

áo captan

kaftan

áo aba

abaja

quần áo bơi

kupaći kostim

quần bơi

kupaće gaće

quần đùi

kratke hlače

quần áo tracksuit

trenerka

tạp dề

pregača

găng tay

rukavice

cái cúc

dugme

kính mắt

naočare

vòng đeo tay

narukvica

vòng cổ

ogrlica

nhẫn

prsten

hoa tai

naušnica

mũ lưỡi trai

kapa

cái mắc treo áo quần

vješalica

mũ

šešir

cà vạt

kravata

dây kéo phéc mơ tuya

patentni zatvarač

mũ bảo hiểm

kaciga

dây đeo quần

tregeri za hlače

đồng phục học sinh

školska uniforma

đồng phục

uniforma

yếm trẻ em
podbradak

ti giả
cucla

tã lót
pelene

văn phòng
ured

máy chủ
server

tủ hồ sơ
ormar za kartoteku

máy in
štampač

màn hình
monitor

giấy
papir

chuột máy tính
miš

bàn làm việc
pisaći sto

thư mục
registrator

bàn phím
tastatura

thùng rác giấy
korpa za papir

ghế
stolica

máy tính
kompjuter

cốc cà phê
šolja za kafu

máy tính bỏ túi
kalkulator

internet
internet

laptop

laptop

thư

pismo

tin nhắn

poruka

điện thoại di động

mobilni telefon

mạng

mreža

máy photocopy

aparat za kopiranje

phần mềm

softver

điện thoại

telefon

ổ cắm điện

utičnica

máy fax

faks

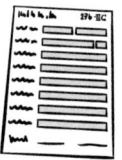

mẫu đơn

formular

chứng từ

dokument

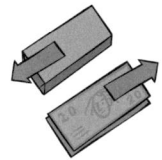

mua
kupovati

trả tiền
platiti

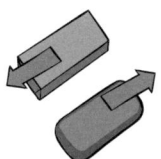

buôn bán
trgovati

tiền
novac

đô la
dolar

Euro
euro

yên
jen

rúp
rublja

franc Thụy Sĩ
franak

nhân dân tệ
renminbi jen

rupi
rupi

máy rút tiền tự động
bankomat

quầy đổi tiền

mjenjačnica

vàng

zlato

bạc

srebro

dầu

nafta

năng lượng

energija

giá tiền

cijena

hợp đồng

ugovor

thuế

porez

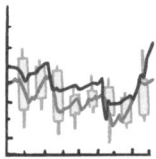

cổ phiếu

akcija

làm việc

raditi

nhân viên

službenik

chủ lao động

poslodavac

nhà máy

fabrika

cửa hiệu

radnja

nghề nghiệp
zanimanja

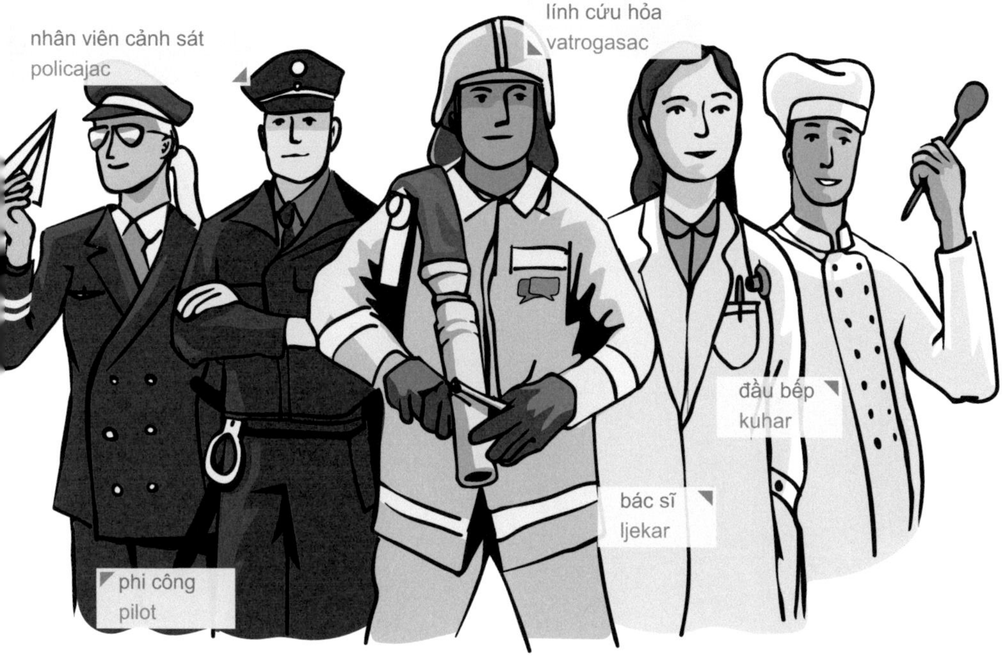

lính cứu hỏa
vatrogasac
nhân viên cảnh sát
policajac
đầu bếp
kuhar
bác sĩ
ljekar
phi công
pilot

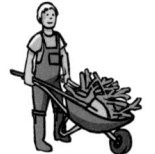

người làm vườn

bаštovan

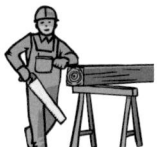

thợ mộc

stolar

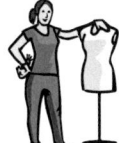

thợ may

krojačica

chánh án

sudija

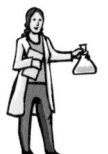

nhà hóa học

hemičar

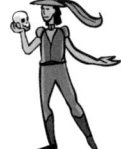

diễn viên

glumac

tài xế xe buýt

vozač autobusa

người lái taxi

vozač taksija

ngư dân

ribar

người lau dọn vệ sinh

čistačica

thợ lợp mái nhà

krovopokrivač

bồi bàn

konobar

thợ săn

lovac

họa sĩ

moler

thợ làm bánh

pekar

thợ điện

električar

thợ xây dựng

građevinski radnik

kỹ sư

inženjer

người hàng thịt

koljač

thợ sửa ống nước

limar, vodoinstalater

người đưa thư

poštar

người lính

vojnik

kiến trúc sư

arhitekta

nhân viên thu ngân

blagajnik

người bán hoa

cvjećar

thợ cắt tóc

frizer

nhân viên soát vé

kontrolor

thợ cơ khí

mehaničar

thuyền trưởng

kapiten

nha sĩ

zubar

nhà khoa học

naučnik

giáo sĩ Do thái

rabin

lãnh tụ Hồi giáo

imam

nhà sư

monah

mục sư

sveštenik

dụng cụ
alat

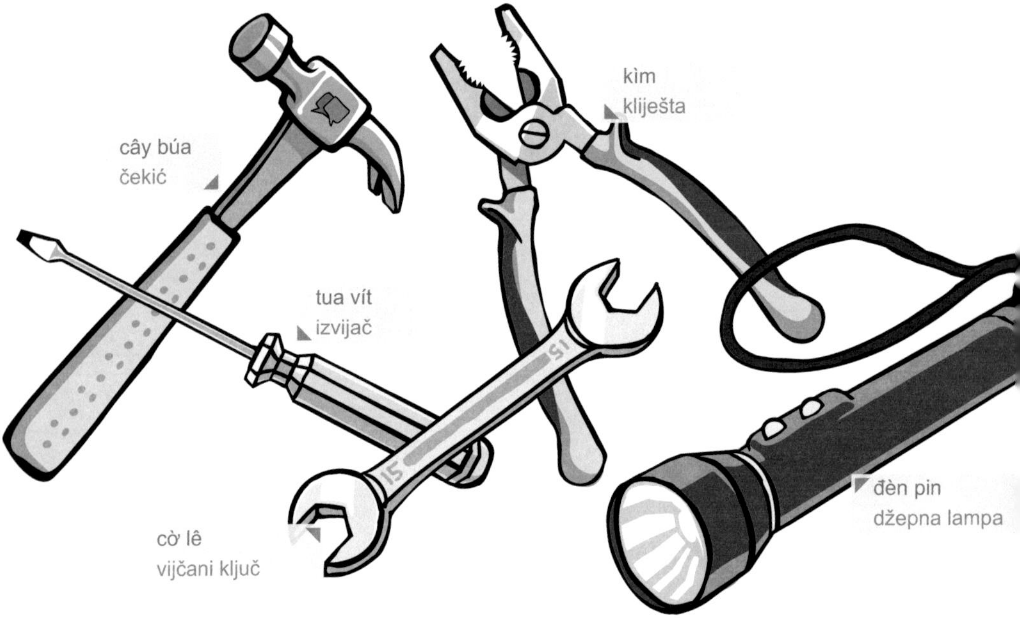
cây búa
čekić
kìm
kliješta
tua vít
izvijač
cờ lê
vijčani ključ
đèn pin
džepna lampa

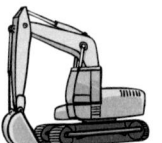

máy xúc đất

bager

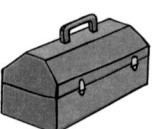

hộp dụng cụ

kutija sa alatom

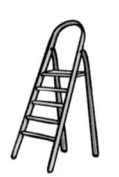

cái thang

ljestve

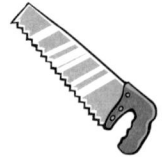

cưa

testera, pila

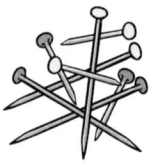

đinh

ekser

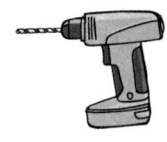

máy khoan

bušilica

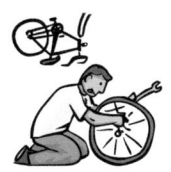

sửa chữa

popraviti

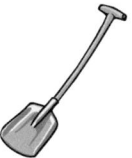

cái xẻng

lopata

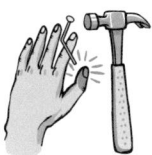

khốn nạn!

sranje!

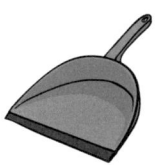

cái hót rác

lopatica

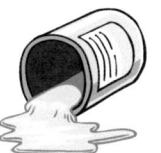

thùng sơn

kanta boje

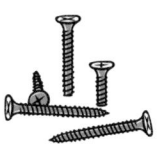

vít

vijak

nhạc cụ
muzički instrumenti

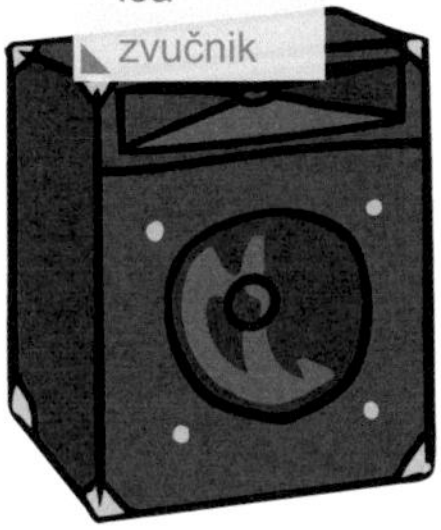

loa
zvučnik

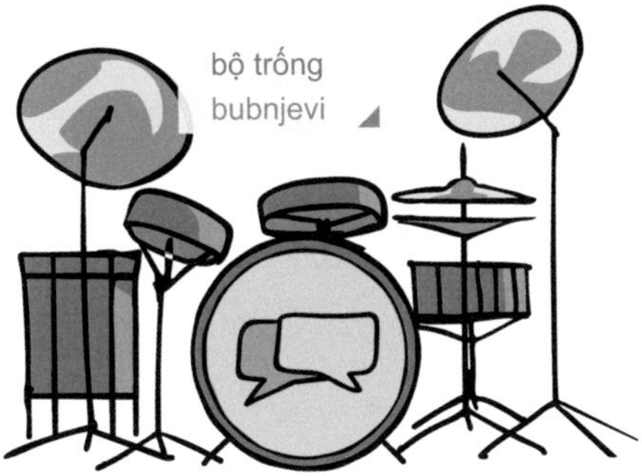

bộ trống
bubnjevi

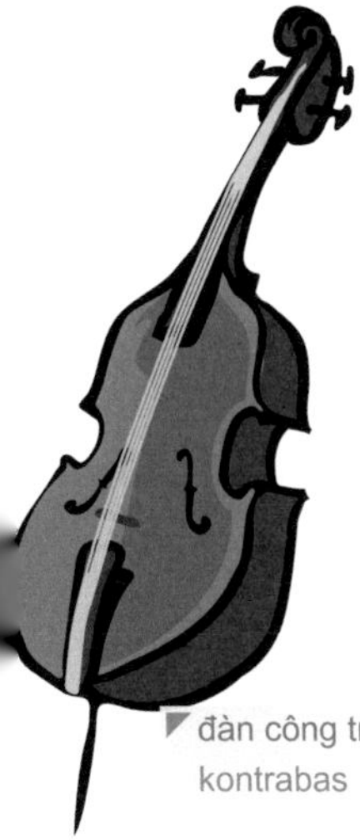

đàn công tra bát
kontrabas

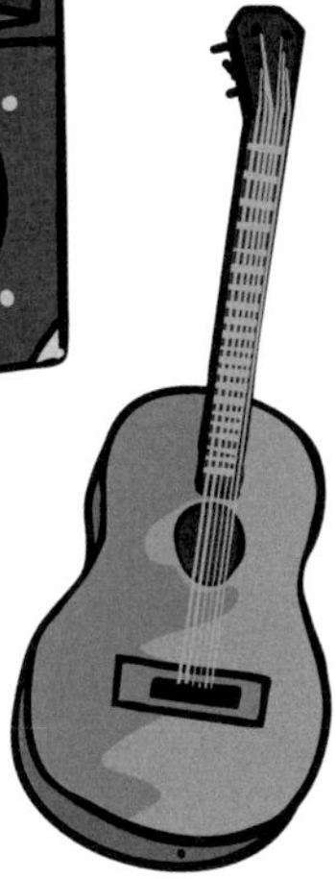

đàn ghi ta
gitara

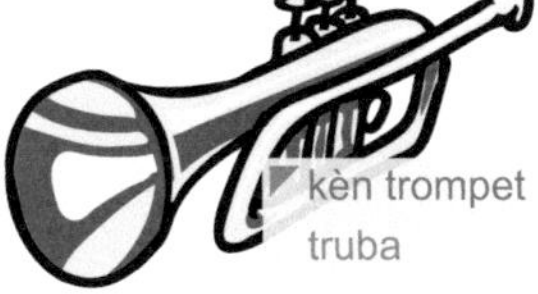

kèn trompet
truba

đàn piano

klavir

đàn vĩ cầm

violina

ghi ta bass

bas

trống định âm

bubanj timpani

trống

bubanj

đàn organ

sintisajzer

kèn Saxophone

saksofon

sáo

flauta

micro

mikrofon

vườn bách thú

zološki vrt

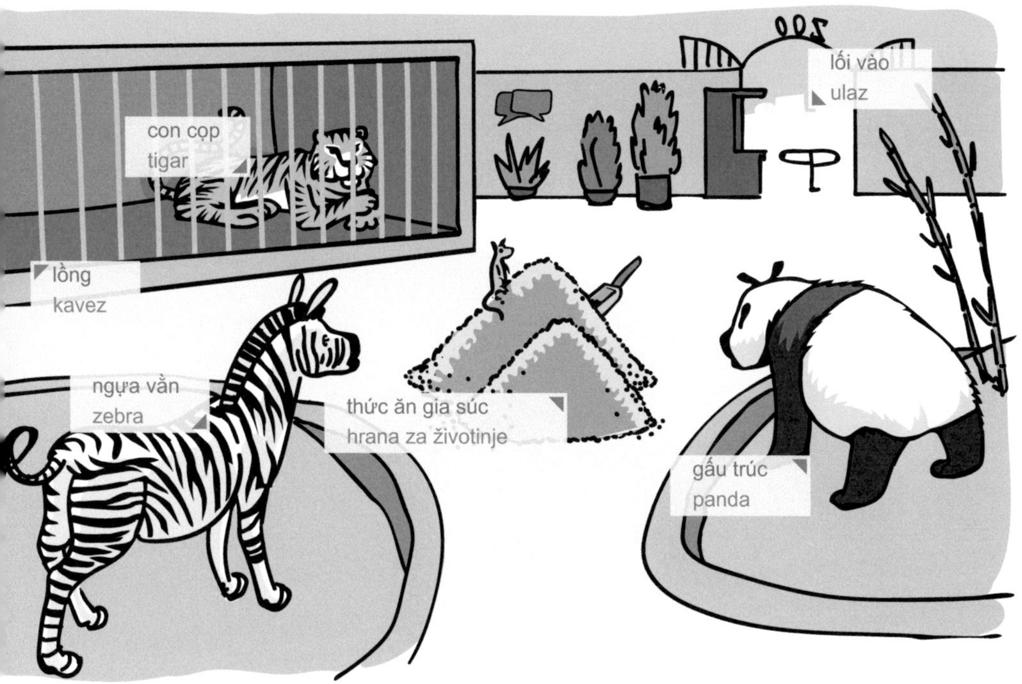

con cọp
tigar
lối vào
ulaz
lồng
kavez
ngựa vằn
zebra
thức ăn gia súc
hrana za životinje
gấu trúc
panda

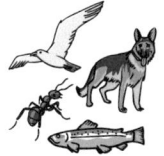

động vật

životinje

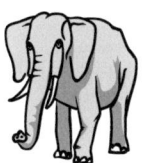

con voi

slon

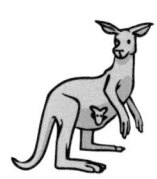

chuột túi

kengur

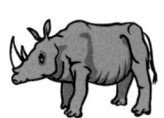

tê giác

nosorog

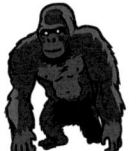

khỉ đột

gorila

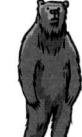

con gấu

medvjed

lạc đà

kamila

đà điểu

noj

sư tử

lav

con khỉ

majmun

hồng hạc

flamingo

con vẹt

papagaj

gấu bắc cực

polarni medvjed

chim cánh cụt

pingvin

cá mập

morski pas

con công

paun

con rắn

zmija

cá sấu

krokodil

người trông giữ vườn bách thú

čuvar u zološkom vrtu

hải cẩu

tuljan

báo đốm

jaguar

ngựa lùn

poni

con báo

leopard

hà mã

nilski konj

hươu cao cổ

žirafa

đại bàng

orao

heo rừng

divlja svinja

cá

riba

con rùa

kornjača

hải mã

morž

con cáo

lisica

linh dương

gazela

bóng bầu dục Mỹ
američki fudbal

đua xe đạp
vožnja bicikla

quần vợt
tenis

bóng rổ
košarka

bơi
plivanje

khúc côn cầu trên băng
hokej na ledu

đấm bốc
boks

bóng đá
fudbal

cầu lông
bedminton

điền kinh
laka atletika

bóng ném
rukomet

trượt tuyết
skijanje

polo
polo

nhảy
skakati

ôm
zagrliti

cười
smijati se

đi bộ
ići

ca hát
pjevati

mơ
sanjati

cầu nguyện
moliti

hôn
ljubiti

viết
pisati

vẽ
crtati

chỉ trỏ
pokazati

đẩy
gurati

cho
dati

lấy đi
uzeti

có
imati

làm
raditi

thì / là
biti

đứng
stajati

chạy
trčati

kéo
vući

ném
baciti

rơi
pasti

nằm
ležati

chờ đợi
čekati

mang vác
nositi

ngồi
sjediti

mặc quần áo
obući

ngủ
spavati

thức dậy
probuditi

xem

pogledati

khóc

plakati

vuốt ve

milovati

chải

češljati

nói chuyện

govoriti

hiểu

razumjeti

câu hỏi

pitati

nghe

slušati

uống

piti

ăn

jesti

dọn dẹp

pospremiti

yêu

voljeti

nấu nướng

kuhati

lái xe

voziti

bay

letjeti

đi thuyền buồm

jedriti

tính toán

računati

đọc

čitati

học

učiti

làm việc

raditi

cưới

vjenčavti

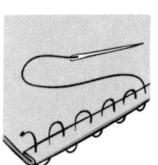

khâu vá

šiti

đánh răng

prati zube

giết

ubiti

hút thuốc

pušiti

gửi đi

slati

gia đình
porodica

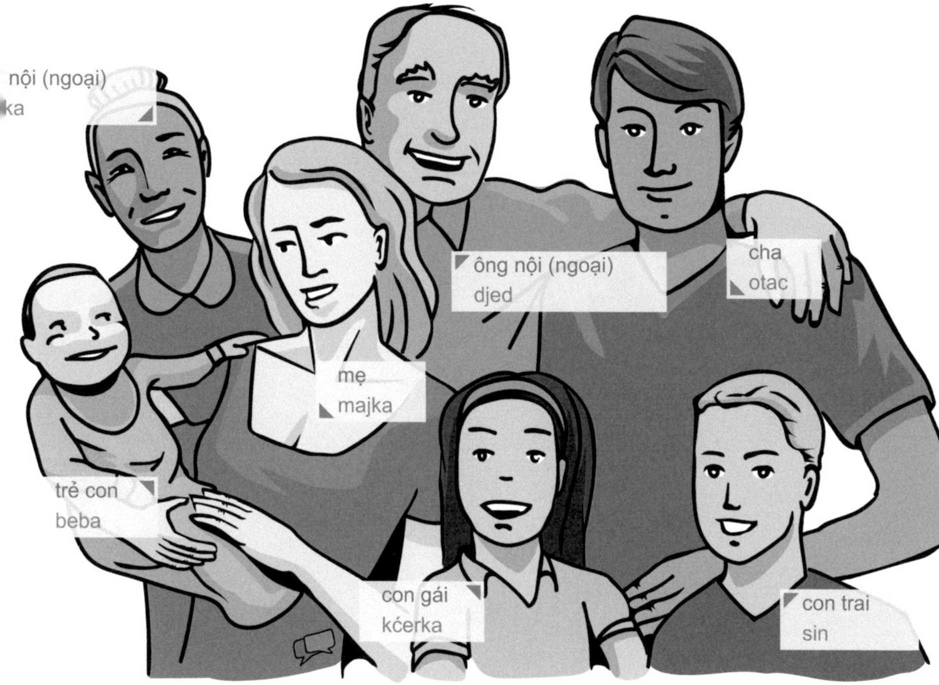

nội (ngoại)
ka
ông nội (ngoại)
djed
cha
otac
mẹ
majka
trẻ con
beba
con gái
kćerka
con trai
sin

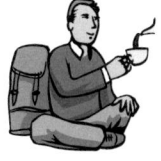

khách

gost

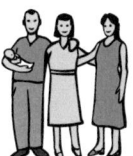

cô (dì)

ujna, tetka, strina

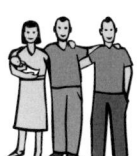

chú, bác (cậu)

ujak, tetak, stric

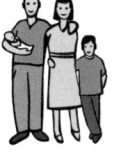

anh (em) trai

brat

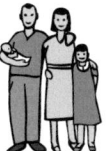

chị (em) gái

sestra

cơ thể

tijelo

trán
čelo
mắt
oko
vai
leđa
ngón tay
prst
mặt
lice
cằm
brada
bàn tay
ruka, šaka
chân
noga
ngực
grudi
cánh tay
ruka

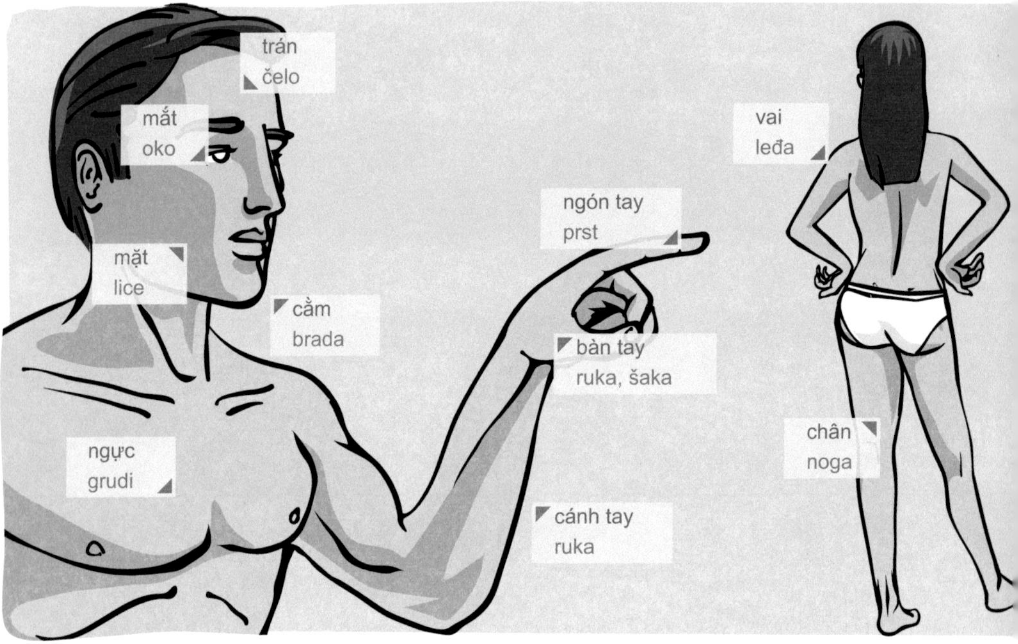

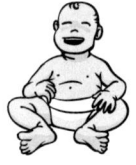

trẻ con

beba

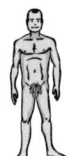

đàn ông

muškarac

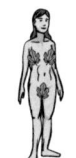

phụ nữ

žena

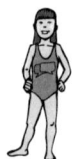

bé gái

djevojčica

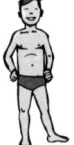

bé trai

dječak

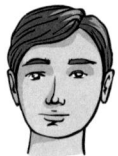

đầu

glava

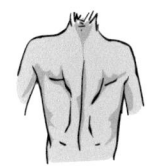

lưng
....
leđa

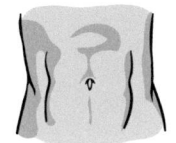

bụng
....
stomak

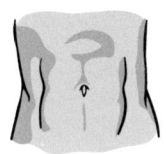

rốn
....
pupak

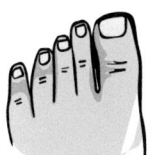

ngón chân
....
nožni prst

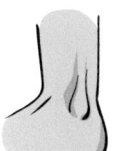

gót chân
....
peta

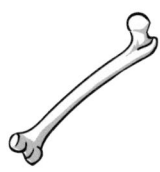

xương
....
kosti

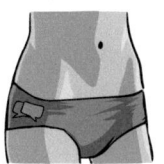

hông
....
kuk

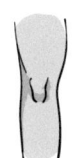

đầu gối
....
koljeno

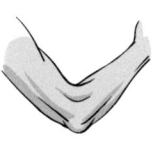

khuỷu tay
....
lakat

mũi
....
nos

mông
....
stražnjica

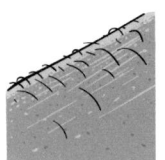

da
....
koža

má
....
obraz

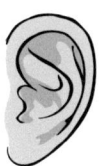

tai
....
uho

môi
....
usna

cơ thể - tijelo

69

miệng

usta

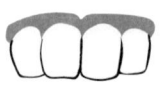

răng

zub

lưỡi

jezik

não

mozak

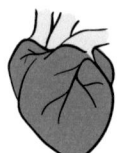

tim

srce

cơ bắp

mišić

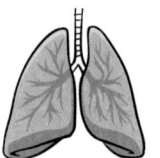

phổi

pluća

gan

jetra

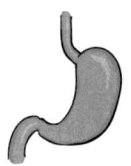

dạ dày

želudac

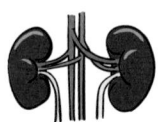

thận

bubreg

giao hợp

spolni odnos

bao cao su

kondom

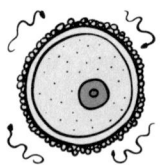

noãn

jajna ćelija

tinh dịch

sperma

mang thai

trudnoća

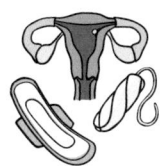

kinh nguyệt

menstruacija

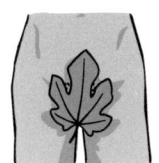

âm vật

vagina

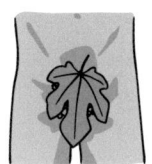

dương vật

penis

lông mày

obrva

tóc

kosa

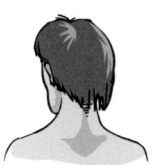

cổ

vrat

bệnh viện
bolnica

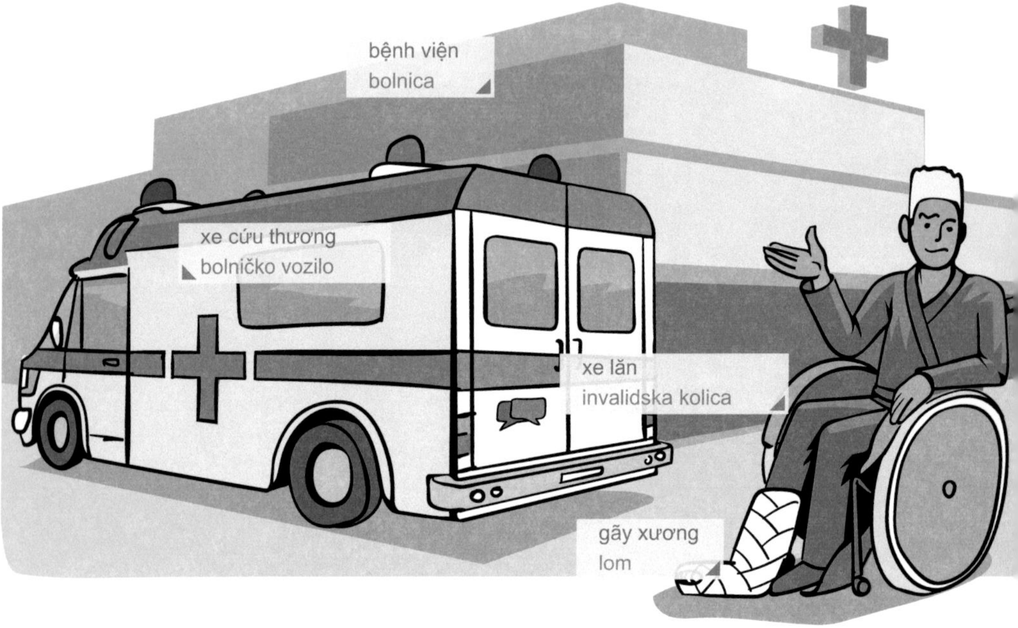

bệnh viện
bolnica
xe cứu thương
bolničko vozilo
xe lăn
invalidska kolica
gãy xương
lom

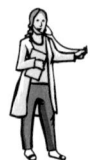

bác sĩ

ljekar

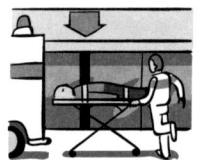

phòng cấp cứu

hitna služba

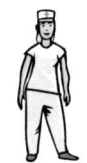

y tá

medicinska sestra

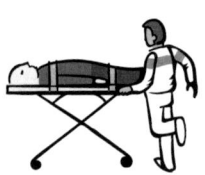

cấp cứu

hitna pomoć

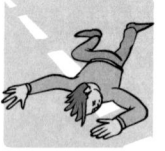

bất tỉnh

nesvjest

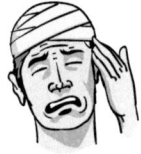

cơn đau

bol

bị thương

povreda

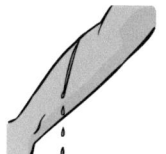

chảy máu

krvarenje

nhồi máu cơ tim

srčani udar, infarkt

đột quỵ

moždani udar

dị ứng

alergija

ho

kašalj

sốt

groznica

cúm

gripa

tiêu chảy

proljev

đau đầu

glavobolja

ung thư

rak

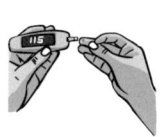

bệnh tiểu đường

dijabetes

bác sĩ phẫu thuật

hirurg

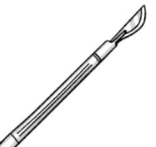

dao mổ

skalpel

giải phẫu

operacija

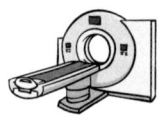

chụp cắt lớp

CT

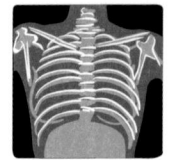

chụp x-quang

rendgen

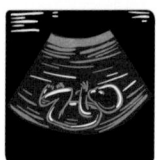

siêu âm

ultrazvuk

mặt nạ

maska

bệnh

bolest

phòng đợi

čekaonica

cái nạng

štake

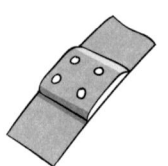

băng dán vết thương

flaster

băng bó

zavoj

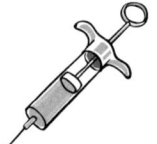

tiêm thuốc

injekcija

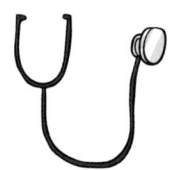

ống nghe khám bệnh

stetoskop

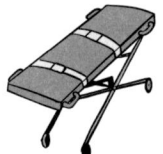

băng ca

nosilo

nhiệt kế

termometar

sinh đẻ

porod

thừa cân

prekomjerna težina, debljina

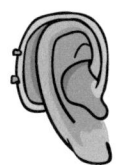

máy trợ thính

slušni aparat

chất khử trùng

sredstvo za dezinfekciju

nhiễm trùng

infekcija

vi rút

virus

HIV / AIDS

HIV/ AIDS

thuốc

medicina

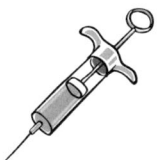

tiêm chủng

vakcinacija

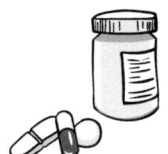

thuốc viên

tablete

viên thuốc

pilula

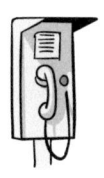

gọi cấp cứu

hitni poziv

máy đo huyết áp

aparat za mjerenje pritiska

bệnh / khỏe mạnh

bolestan / zdrav

cứu!

Upomoć!

báo động

alarm

cuộc đột kích

napad, prepad

sự tấn công

napad

mối nguy hiểm

opasnost

lối thoát hiểm

izlaz u slučaju opasnosti

cháy!

Požar!

bình chữa cháy

vatrogasni aparat

tai nạn

nezgoda

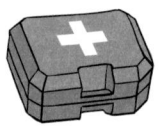

bộ dụng cụ sơ cứu

torba prve pomoći

SOS

SOS

cảnh sát

policija

châu Âu

Europa

Bắc Mỹ

Sjeverna Amerika

Nam Mỹ

Južna Amerika

châu Phi

Afrika

châu Á

Azija

châu Úc

Australija

Đại Tây Dương

Atlantik

Thái Bình Dương

Pacifik

Ấn Độ Dương

Indijski okean

Nam Cực Dương

Antarktički okean

Bắc Băng Dương

Arktički okean

bắc cực

Sjeverni pol

nam cực

Južni pol

nam cực

Antarktik

trái đất

Zemlja

đất liền

zemlja

biển

more

đảo

ostrvo

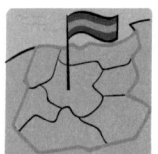

quốc gia

nacija

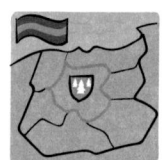

nhà nước

država

mặt đồng hồ

brojčanik sata

kim chỉ giờ

kazaljka sata

kim chỉ phút

kazaljka minute

kim chỉ giây

kazaljka sekunde

Bây giờ là mấy giờ?

Koliko je sati?

ngày

dan

thời gian

vrijeme

bây giờ

sada

đồng hồ điện tử

digitalni sat

phút

minuta

giờ

sat

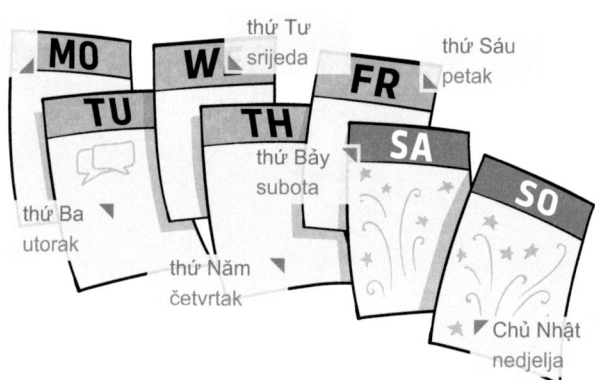

thứ Hai
ponedjeljak

thứ Tư
srijeda

thứ Sáu
petak

thứ Ba
utorak

thứ Bảy
subota

thứ Năm
četvrtak

Chủ Nhật
nedjelja

hôm qua
juče

hôm nay
danas

ngày mai
sutra

buổi sáng
jutro

buổi trưa
podne

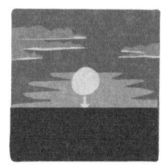

buổi tối
veče

MO	TU	WE	TH	FR	SA	SU
1	2	3	4	5	6	7
8	9	10	11	12	13	14
15	16	17	18	19	20	21
22	23	24	25	26	27	28
29	30	31	1	2	3	4

ngày làm việc
radni dani

MO	TU	WE	TH	FR	SA	SU
1	2	3	4	5	6	7
8	9	10	11	12	13	14
15	16	17	18	19	20	21
22	23	24	25	26	27	28
29	30	31	1	2	3	4

cuối tuần
vikend

mưa
kiša

cầu vồng
duga

gió
vjetar

tuyết
snijeg

mùa xuân
proljeće

mùa hè
ljeto

mùa thu
jesen

mùa đông
zima

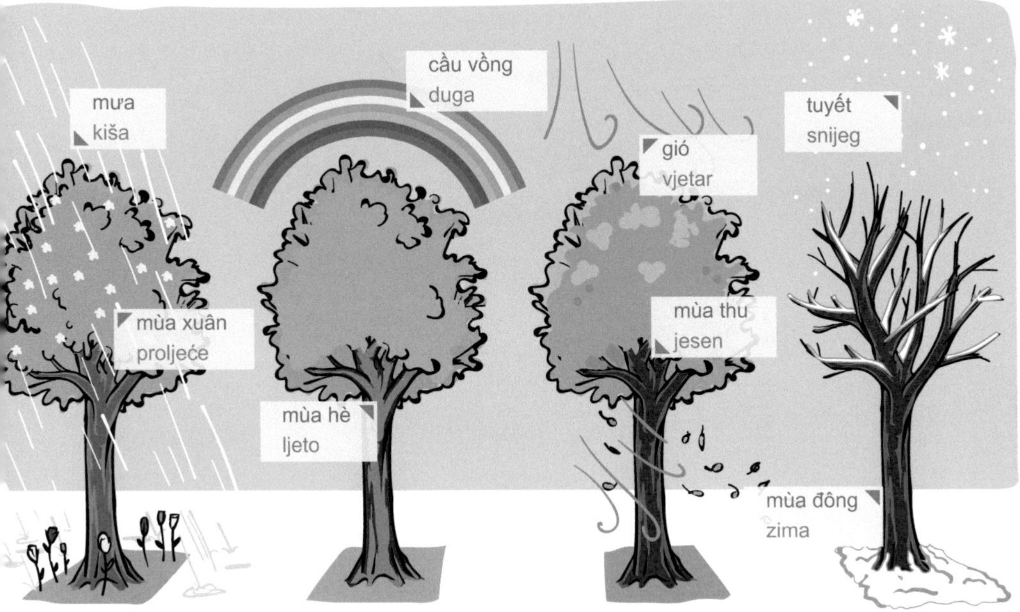

dự báo thời tiết

prognoza vremena

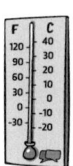

nhiệt kế

termometar

ánh nắng

sunčev sjaj

mây

oblak

sương mù

magla

độ ẩm không khí

vlažnost vazduha

tía chớp

munja

sấm sét

grom

cơn bão

oluja

mưa đá

tuča, led

gió mùa

monsun

lũ lụt

poplava

nước đá

led

tháng Một

januar

tháng Hai

februar

tháng Ba

mart

tháng Tư

april

tháng Năm

maj

tháng Sáu

juni

tháng Bảy

juli

tháng Tám

avgust

tháng Chín

septembar

tháng Mười

oktobar

tháng Mười Một

novembar

tháng Mười Hai

decembar

hình tròn

krug

hình vuông

kvadrat

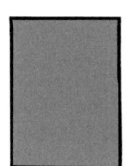

hình chữ nhật

pravougao

hình tam giác

trougao

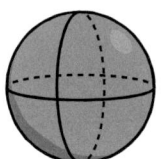

hình cầu

kugla

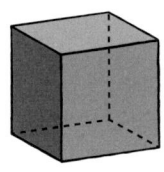

khối vuông

kocka

màu trắng

bjel

màu vàng

žut

màu cam

narandžast

màu hồng

pink

màu đỏ

crven

màu tím

ljubičast

màu xanh dương

plav

màu xanh lá cây

zelen

màu nâu

smeđ

màu xám

siv

màu đen

crn

nhiều / ít

malo / mnogo

tức tối / điềm tĩnh

ljutit / miran

xinh đẹp / xấu xí

lijep / ružan

bắt đầu / kết thúc

početak / kraj

to / nhỏ

veliki / mali

sáng / tối

svijetlo / tamno

anh (em) trai / chị (em) gái

brat / sestra

sạch / bẩn

čist / prljav

đủ / thiếu

potpun / nepotpun

ngày / đêm

dan / noć

chết / sống

mrtav / živ

rộng / chật hẹp

široko / usko

ăn được / không ăn được

ukusno / neukusno

ác / tử tế

zao / prijatan

hào hứng / chán nản

uzbuđen / dosadan

béo / gầy

debeo / mršav

đầu tiên / cuối cùng

najprije / najkasnije

bạn / thù

prijatelj / neprijatelj

đầy / rỗng

pun / prazan

cứng / mềm

trvd / mekan

nặng / nhẹ

težak / lagan

đói / khát

glad / žeđ

bệnh / khỏe mạnh

bolestan / zdrav

bất hợp pháp / hợp pháp

ilegalan / legalan

thông minh / ngu

inteligentan / glup

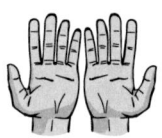

trái / phải

lijevo / desno

gần / xa

blizu / daleko

86   đối lập - suprotnosti

mới / cũ

nov / polovan

không có gì cả / có cái gì đó

ništa / nešto

già / trẻ

star / mlad

bật / tắc

uključeno / isključeno

mở / đóng

otvoreno / zatvoreno

im lặng / ồn ào

tiho / glasno

giàu / nghèo

bogat / siromašan

đúng / sai

tačno / pogrešno

sần sùi / mịn màng

hrapav / glatak

buồn / vui

tužan / srećan

ngắn / dài

kratak / dug

chậm / nhanh

spor / brz

ẩm ướt / khô ráo

mokro / suho

ấm áp / mát mẻ

toplo / hladno

chiến tranh / hòa bình

rat / mir

0

số không

nula

1

một

jedan

2

hai

dva

3

ba

tri

4

bốn

četiri

5

năm

pet

6

sáu

šest

7

bảy

sedam

8

tám

osam

9

chín

devet

10

mười

deset

11

mười một

jedanaest

12

mười hai

dvanaest

13

mười ba

trinaest

14

mười bốn

četrnaest

15

mười lăm

petnaest

16

mười sáu

šesnaest

17

mười bảy

sedamnaest

18

mười tám

osamnaest

19

mười chín

devetnaest

20

hai mươi

dvadeset

100

một trăm

sto

1.000

một ngàn

hiljada

1.000.000

một triệu

milion

tiếng Anh

engleski

tiếng Anh Mỹ

američki engleski

tiếng Quan Thoại

kinesko mandarinski

tiếng Hin-di

hindi

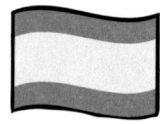

tiếng Tây Ban Nha

španski

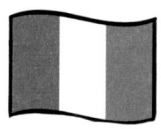

tiếng Pháp

francuski

tiếng Ả-rập

arapski

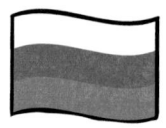

tiếng Nga

ruski

tiếng Bồ Đào Nha

portugalski

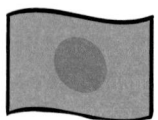

tiếng Bengal

bengalski

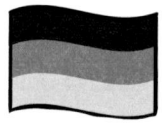

tiếng Đức

njemački

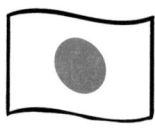

tiếng Nhật

japanski

tôi

ja

bạn

ti

anh ta / cô ta / nó

on / ona / ono

chúng tôi

mi

các bạn

vi

họ

oni

ai?

ko?

cái gì?

šta?

như thế nào?

kako?

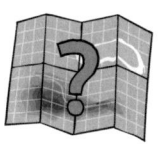

ở đâu?

gdje?

lúc nào?

kada?

tên

ime

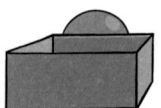

phía sau

iza

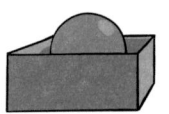

ở trong

u

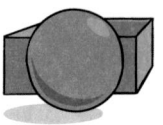

phía trước

pred

phía trên

iznad

ở trên

na

ở dưới

ispod

bên cạnh

pored

ở giữa

između

chỗ

mjesto